AF175878

Impressum
Verlag: BABADADA GmbH, Nedderfeld 112 , 22529 Hamburg
Geschäftsführer / Verlagsleitung: Harald Hof
Druck: Books on Demand GmbH, In de Tarpen 42, 22848 Norderstedt

Imprint
Publisher: BABADADA GmbH, Nedderfeld 112 , 22529 Hamburg, Germany
Managing Director / Publishing direction: Harald Hof
Print: Books on Demand GmbH, In de Tarpen 42, 22848 Norderstedt, Germany

School

trường học

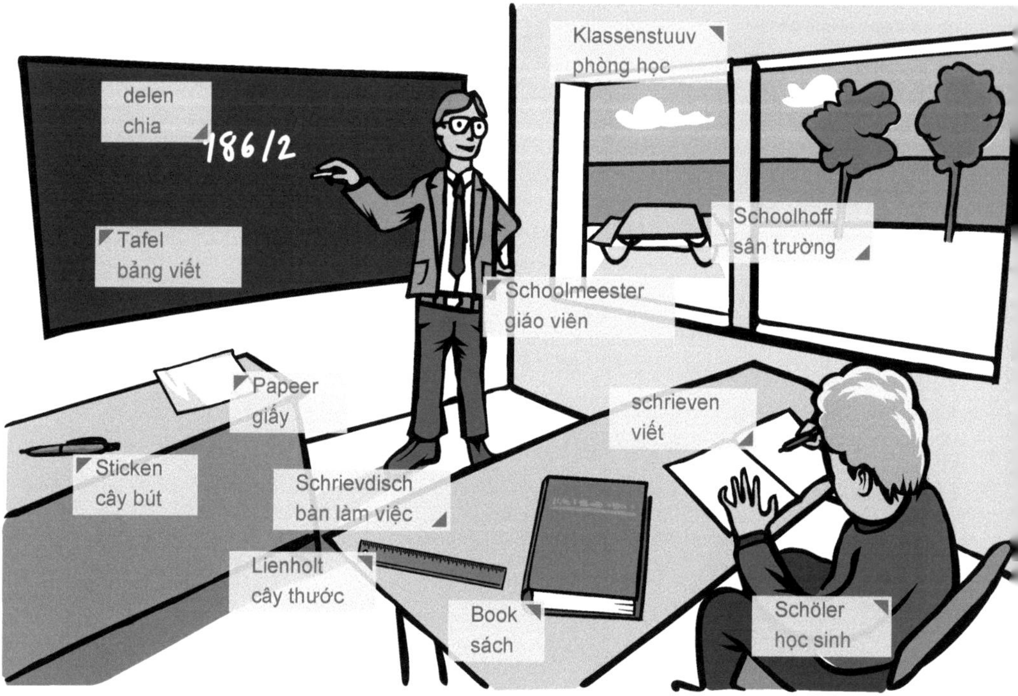
Klassenstuuv
phòng học
delen
chia
186/2
Tafel
bảng viết
Schoolhoff
sân trường
Schoolmeester
giáo viên
Papeer
giấy
schrieven
viết
Sticken
cây bút
Schrievdisch
bàn làm việc
Lienholt
cây thước
Book
sách
Schöler
học sinh

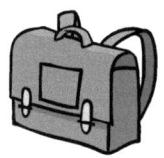

Ranzel

cặp đeo vai học sinh

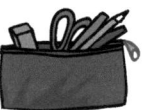

Feddermapp

hộp đựng bút

Bleesticken

bút chì

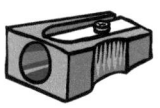

Scharpmaker

cái gọt bút chì

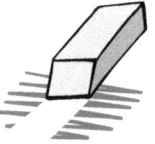

Radeergummi

cục tẩy

Tekenblock

tập giấy vẽ

Teken

bản vẽ

Pinsel

cọ vẽ

Malkassen

hộp mực vẽ

Scheer

cây kéo

Klever

keo dán

Heft to'n Öven

sách bài tập

Huusopgaav

bài tập ở nhà

Tall

số

2+2

tohooptellen

cộng

attrecken

trừ

malnehmen

nhân

reken

tính toán

Bookstaav

chữ cái

ABCDEFG
HIJKLMN
OPQRSTU
VWXYZ

ABC

bảng chữ cái

Woort

từ

Text

văn bản

lesen

đọc

Kried

phấn viết

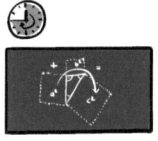

Stunn

bài học

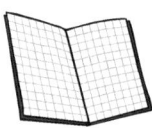

Klassenbook

sổ lớp

Pröven

thi kiểm tra

Tüügnis

chứng chỉ

Schooluniform

đồng phục học sinh

Utbillen

giáo dục

Nakieksel

từ điển bách khoa

Universität

đại học

Mikroskop

kính hiển vi

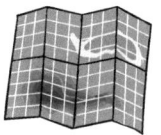

Koort

bản đồ

Papeerkorf

thùng rác giấy

Törn

du lịch

Hotel
khách sạn
Grand
Harbarg
nhà trọ
ROOMS
Wesselstuuv
quầy đổi tiền
Kuffer
va li
Auto
xe ô tô

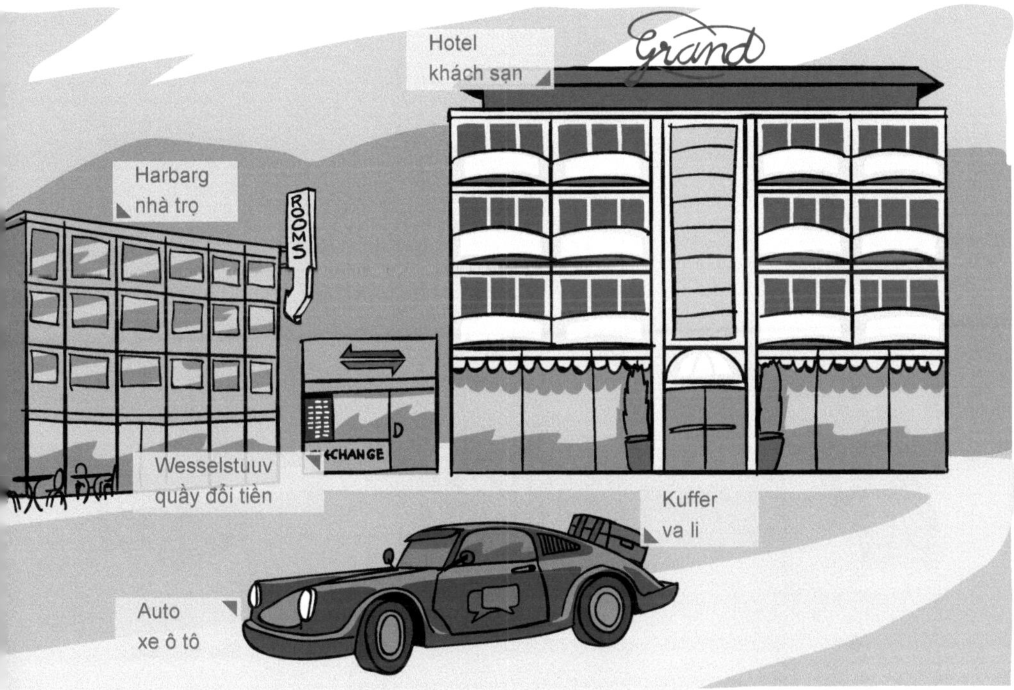

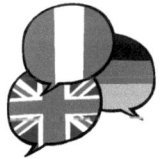

Spraak

ngôn ngữ

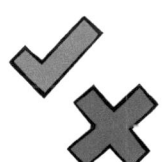

jo / ne

có / không

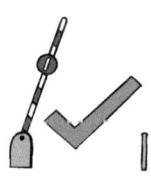

Jo

ô kê

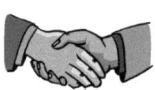

Moin

Xin chào

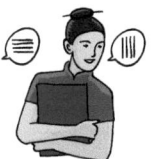

Översetter

thông dịch viên

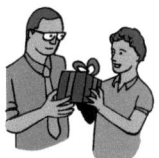

Dank ok

cám ơn

Wat kost...?

... bao nhiêu tiều?

Ik verstah nich

tôi không hiểu

Problem

vấn đề

Goden Avend

Xin chào! (buổi tối)

Moin!

xin chào! (buổi sáng)

Gode Nacht!

chúc ngủ ngon!

Tschüüs

tạm biệt

Richt

hướng đi

Bagaasch

hành lý

Tasch

túi xách

Rüchsack

túi ba lô

Gast

khách

Stuuv

phòng

Slaapsack

túi ngủ

Telt

lều

Touristeninformatschoon
thông tin du lịch

Strand
bãi biển

Kreditkoort
thẻ tín dụng

Fröhstück
ăn sáng

Meddageten
ăn trưa

Avendeten
ăn tối

Fohrkort
vé xe

Fohrstohl
thang máy

Breefmark
tem bưu điện

Grenz
biên giới

Toll
hải quan

Bottschop
đại sứ quán

Visum
thị thực

Pass
hộ chiếu

Transport
vận chuyển

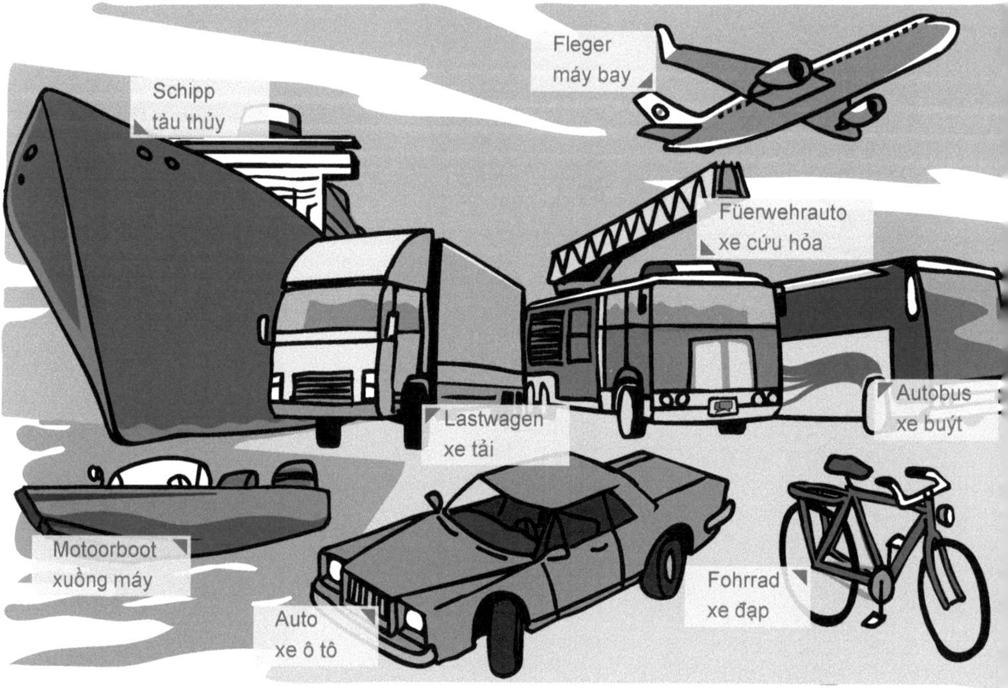
Fleger
máy bay
Schipp
tàu thủy
Füerwehrauto
xe cứu hỏa
Autobus
xe buýt
Lastwagen
xe tải
Motoorboot
xuồng máy
Fohrrad
xe đạp
Auto
xe ô tô

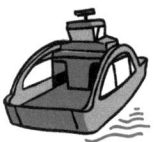

Fähr

phà

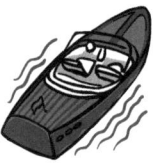

Boot

xuồng

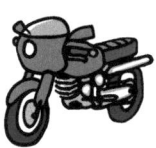

Motoorrad

xe máy

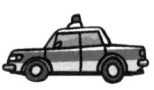

Polizeiauto

xe cảnh sát

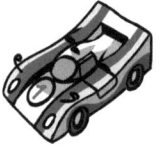

Rönnauto

xe đua

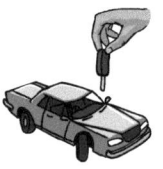

Lehnwagen

xe cho thuê

Carsharing

dịch vụ thuê xe tự lái

Afsleepwagen

xe kéo cứu hộ

Müllauto

xe rác

Motoor

động cơ

Kraftstoff

xăng

Tanksteed

trạm xăng

Verkehrsschild

biển báo giao thông

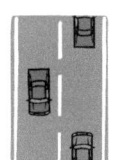

Verkehr

giao thông

Stau

ách tắc giao thông

Afstellplatz

bãi đậu xe

Bahnhoff

nhà ga

Sporen

đường ray

Tog

xe lửa

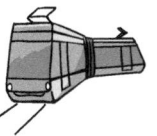

Stratenbahn

tàu điện

Wagon

toa xe

Dwarsmöhl

máy bay trực thăng

Flooghaven

sân bay

Tower

tháp

Fohrgast

hành khách

Grootkist

côngtenơ

Karton

thùng các-tông

Koor

xe đẩy

Korf

cái giỏ

starten / lannen

cất cánh / hạ cánh

Stadt
thành phố

Dörp

làng

Binnenstadt

trung tâm thành phố

Huus

nhà

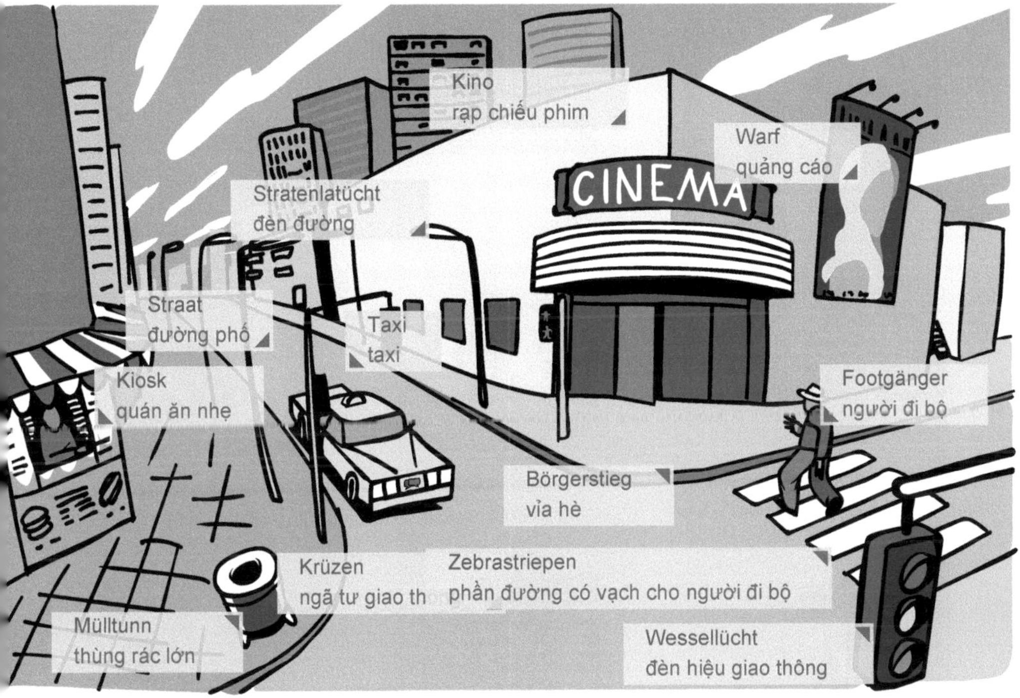

Kino
rạp chiếu phim

Warf
quảng cáo

Stratenlatücht
đèn đường

Straat
đường phố

Taxi
taxi

Kiosk
quán ăn nhẹ

Footgänger
người đi bộ

Börgerstieg
vìa hè

Krüzen
ngã tư giao th

Zebrastriepen
phần đường có vạch cho người đi bộ

Mülltunn
thùng rác lớn

Wessellücht
đèn hiệu giao thông

CINEMA

Hütt

nhà chòi

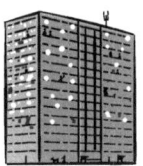

Wahnung

căn hộ

Bahnhoff

nhà ga

Raathuus

tòa thị chính

Museum

viện bảo tàng

School

trường học

Universität

đại học

Bank

ngân hàng

Krankenhuus

bệnh viện

Hotel

khách sạn

Afteek

hiệu thuốc

Büro

văn phòng

Bookhökerie

hiệu sách

Hökerie

cửa hiệu

Blomenhökerie

cửa hiệu bán hoa

Supermarkt

siêu thị

Markt

chợ

Koophuus

cửa hàng bách hóa

Fischhökerie

người bán cá

Inkoopszentrum

trung tâm mua bán

Haven

bến cảng

Parkanlaag

công viên

Bank

ghế băng

Brüch

cầu

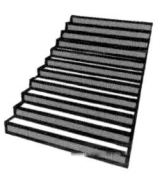

Trepp

cầu thang

Ünnergrundbahn

tàu điện ngầm

Tunnel

đường hầm

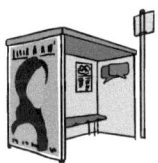

Busstoppsteed

trạm xe buýt

Bar

quán bar

Spieslokal

khách sạn

Breefkassen

hòm thư công cộng

Stratenschild

bảng hiệu đường

Parkklock

đồng hồ đậu xe

Deertenpark

vườn bách thú

Baadanstalt

bể bơi

Moschee

nhà thờ Hồi giáo

Buernhoff

nông trại

Ümweltversmudden

ô nhiễm môi trường

Karkhoff

nghĩa trang

Kark

nhà thờ

Speelplatz

sân chơi

Tempel

ngôi đền

Landschop
phong cảnh

Blatt
lá cây

Wiespahl
bảng chỉ đường

Weg
lối đi

Wisch
bãi cỏ

Steen
hòn đá

Boom
cây

Wannerer
người đi bộ đường dài

Fluss
sông

Gras
cỏ

Bloom
bông hoa

Daal

thung lũng

Barg

đồi

See

hồ nước

Holt

rừng

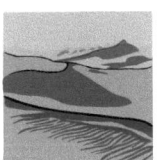

Wööst

sa mạc

Füerspien Barg

núi lửa

Slott

lâu đài

Regenbagen

cầu vồng

Poggenstohl

nấm

Palm

cây cọ

Steekmück

con muỗi

Fleeg

con ruồi

Miegeemk

con kiến

Imm

con ong

Spinn

con nhện

Sebber

bọ cánh cứng

Pogg

con ếch

Katteker

con sóc

Swienegel

con nhím

Haas

con thỏ

Uul

con cú

Vagel

con chim

Swaan

thiên nga

Wildswien

heo rừng

Hirsch

con hươu

Elk

nai sừng tấm

Staudamm

đê

Windrad

tuabin gió

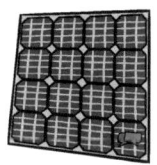

Solarmodul

tấm năng lượng mặt trời

Klima

khí hậu

Spieslokal
khách sạn

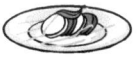

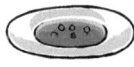

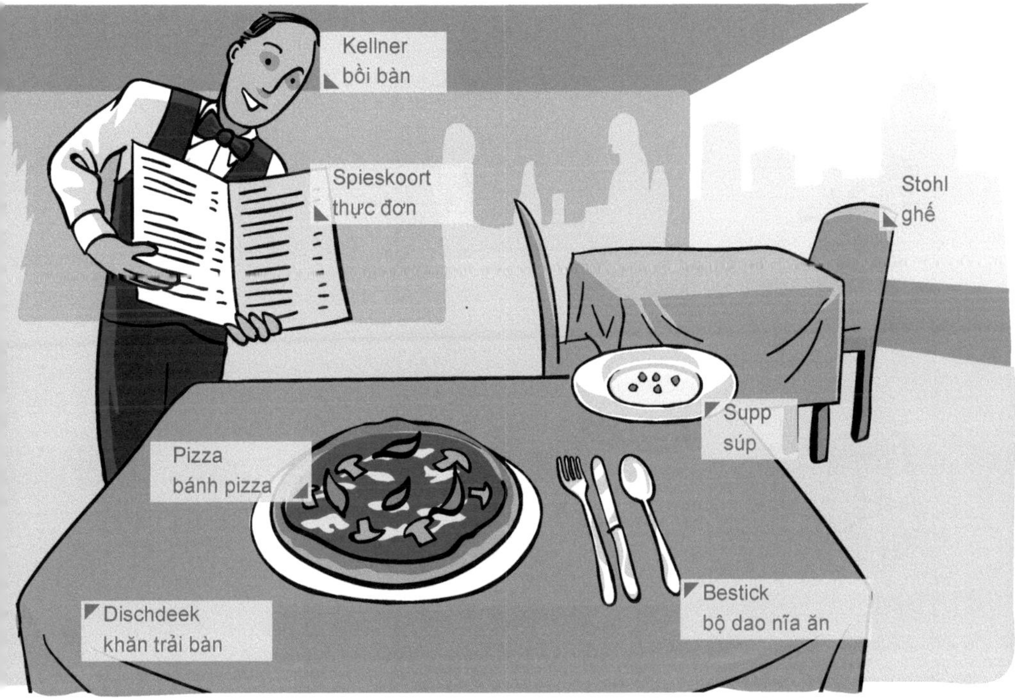
Kellner
bồi bàn
Spieskoort
thực đơn
Stohl
ghế
Supp
súp
Pizza
bánh pizza
Bestick
bộ dao nĩa ăn
Dischdeek
khăn trải bàn

Vörspies

món ăn khai vị

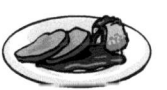

Haupteten

món ăn chính

Nadisch

món tráng miệng

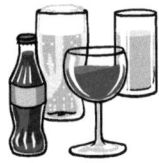

Drünk

thức uống

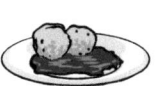

Eten

thức ăn

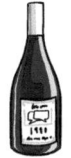

Buddel

cái chai

Fastfood

thức ăn nhanh

Strateneten

thức ăn đường phố

Teekann

ấm trà

Zuckerdoos

hộp đường

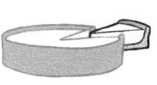

Portschoon

khẩu phần

Espressomaschien

máy pha espresso

Hoochstohl

ghế cao

Reken

hóa đơn

Tablett

khay

Mess

dao

Gavel

nĩa

Lepel

thìa

Teelepel

thìa uống trà

Munddook

khăn ăn

Glas

cốc thủy tinh

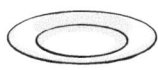

Töller

đĩa

Suppentöller

đĩa súp

Ünnertass

đĩa lót cốc

Sooß

nước sốt

Soltstreuer

lọ muối

Pepermöhl

cái xay tiêu

Etig

giấm

Ööl

dầu

Krüder

gia vị

Ketchup

nước xốt cà chua

Mostrich

tương hạt cải

Mayonnaise

nước sốt mayonnaise

Supermarkt

siêu thị

Anbott
chào giá đặc biệt
Kunn
khách hàng
Melkprodukten
sản phẩm từ sữa
Aaft
trái cây
Inkoopswagen
xe đẩy mua sắm
FOR

BUTCHERS

Slachterie
lò mổ

BAKERY

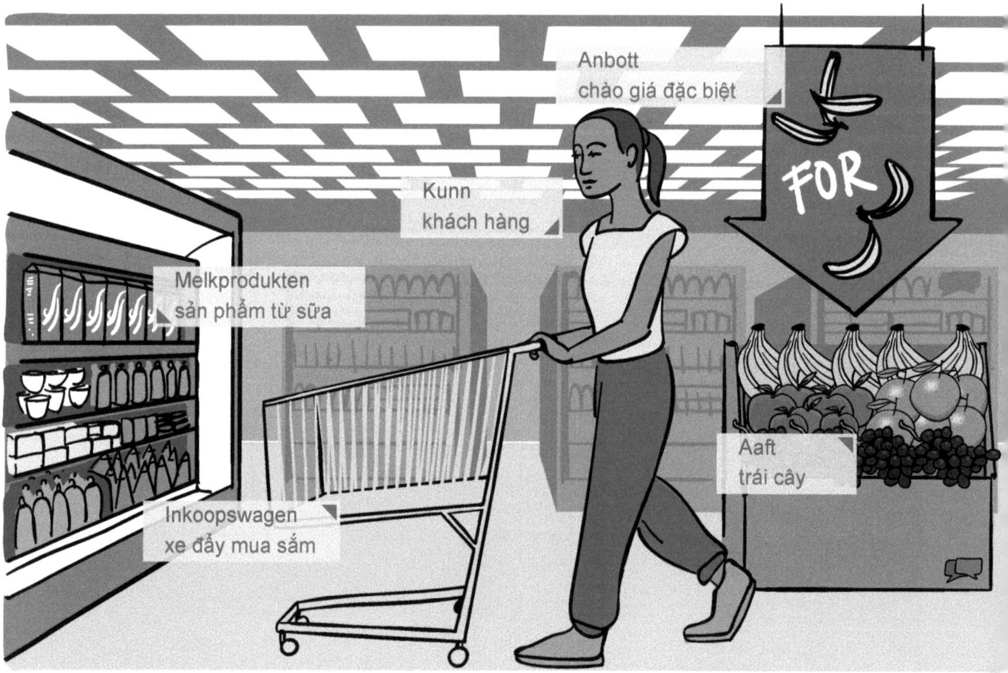

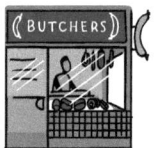

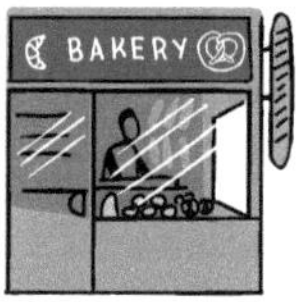

Bäckerie
cửa hiệu bán bánh mì

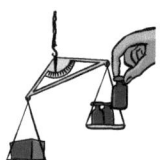

wegen
cân nặng

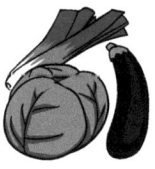

Gröönsaken
rau quả

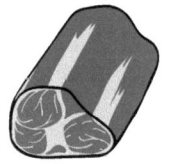

Fleesch
thịt

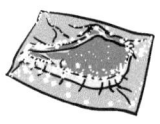

Deepköhlkost
thức ăn đông lạnh

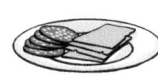

Opsnitt

lát thịt nguội

Konserven

đồ hộp

Waschmiddel

bột giặt

Snoopkraam

đồ ngọt

Huushooltssaken

sản phẩm dùng trong gia đình

Reinmaaktüüch

chất tẩy rửa

Verköpersche

người bán hàng

Kass

quầy trả tiền

Kasserer

nhân viên thu ngân

Inkoopslisl

danh sách mua sắm

Opsparrtieden

giờ mở cửa

Breeftasch

ví tiền

Kreditkoort

thẻ tín dụng

Tasch

túi đeo

Plastiktüüt

túi ny lông

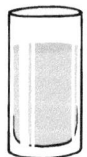

Water

nước

Saft

nước quả ép

Melk

sữa

Cola

coca-cola

Wien

rượu vang

Beer

bia

Spriet

cồn

Kakao

cacao

Tee

trà

Koffie

cà phê

Espresso

espresso

Cappucino

cappuccino

Banaan

chuối

Appel

quả táo

Appelsien

quả cam

Meloon

dưa hấu

Zitroon

chanh

Wöttel

cà rốt

Knuuvlook

tỏi

Bambus

tre

Zibbel

củ hành

Poggenstohl

nấm

Nööt

hạt dẻ

Nudeln

mì

Spaghetti

mì spaghetti

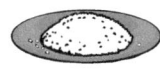

Ries

cơm

Salat

xà lách

Pommes frites

khoai tây chiên

Braadkantüffeln

khoai tây chiên

Pizza

bánh pizza

Hamborger

bánh hamburger

Sandwich

bánh mì sandwich

Snitzel

thịt côtlet

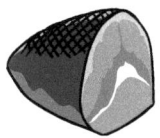

Schinken

thịt giăm bông

Salami

xúc xích

Wust

dồi

Hohn

gà

Braden

rán

Fisch

cá

Haverflocken

cháo yến mạch

Müsli

cháo muesli

Cornflakes

bánh bột ngô nướng

Mehl

bột mì

Croissant

bánh sừng bò

Rundstück

bánh mì

Broot

bánh mì

Toast

bánh mì nướng

Keksen

bánh bích quy

Botter

bơ

Quark

sữa đông

Koken

bánh ngọt

Ei

trứng

Spegelei

trứng rán

Kees

pho mát

Ies
kem

Zucker
đường

Honnig
mật ong

Marmelaad
mứt

Nougat-Creme
kem nougat

Curry
cà ri

Buernhoff
nông trại

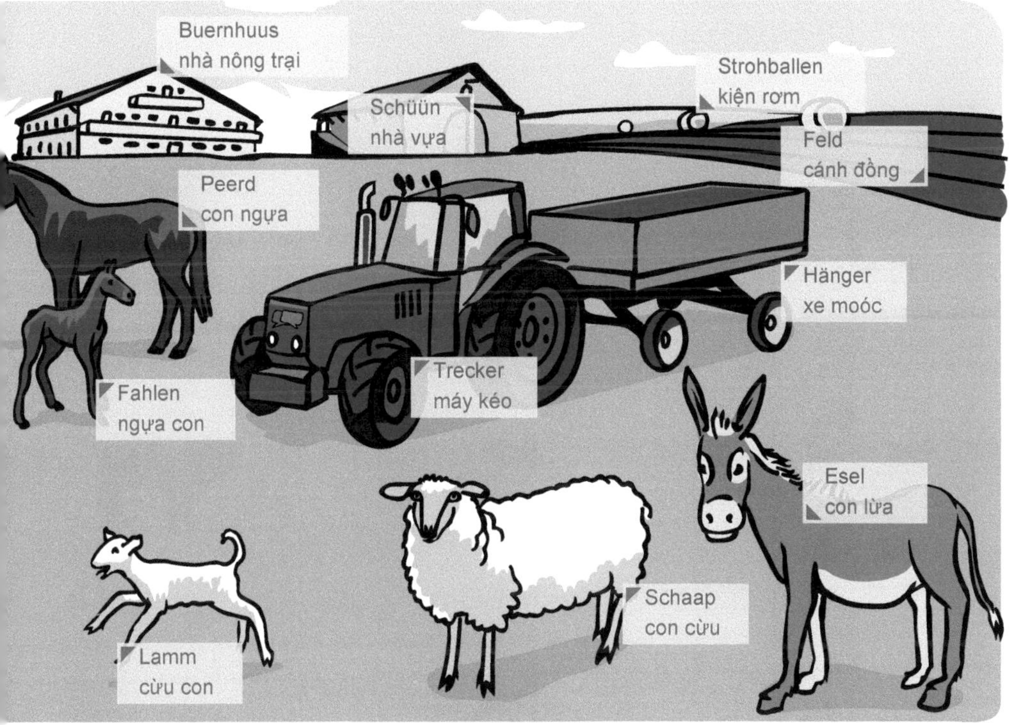
Buernhuus
nhà nông trại
Schüün
nhà vựa
Strohballen
kiện rơm
Feld
cánh đồng
Peerd
con ngựa
Hänger
xe moóc
Trecker
máy kéo
Fahlen
ngựa con
Esel
con lừa
Schaap
con cừu
Lamm
cừu con

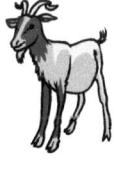

Zeeg
con dê

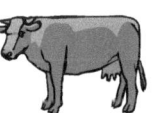

Koh
con bò

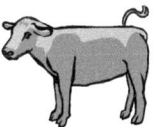

Kalf
con bê

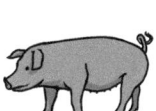

Swien
con lợn

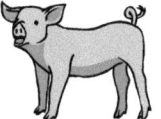

Farken
lợn con

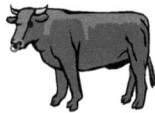

Bull
bò đực

Goos

con ngỗng

Aant

con vịt

Küken

gà con

Hohn

gà mái

Hahn

gà trống

Rott

con chuột

Katt

mèo

Muus

chuột nhắt

Oss

bò đực

Hund

con chó

Hunnenhütt

nhà chuồng chó

Goornslauch

ống tưới vườn cây

Geetkann

thùng tưới cây

Lee

lưỡi hái

Ploog

cái cày

Sich

cái liềm

Hack

cái cuốc

Mestfork

cái chĩa

Ext

cái rìu

Schuufkoor

xe cút kít

Trog

máng ăn

Melkkann

lọ sữa

Sack

bao tải

Tuun

hàng rào

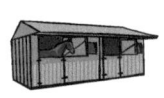

Stall

chuồng

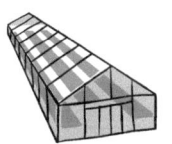

Drievhuus

nhà kính trồng cây

Bodden

đất trồng

Saat

hạt giống

Dünger

phân bón

Meihdöscher

máy gặt đập liên hợp

oornen

thu hoạch

Oorn

mùa thu hoạch

Yamswöttel

khoai lang

Weten

lúa mì

Soja

đậu nành

Kantüffel

khoai tây

Törksche Weten

ngô

Rapp

hạt cải dầu

Aaftboom

cây ăn trái

Troopsch Kantüffel

sắn

Koorn

ngũ cốc

Huus
nhà

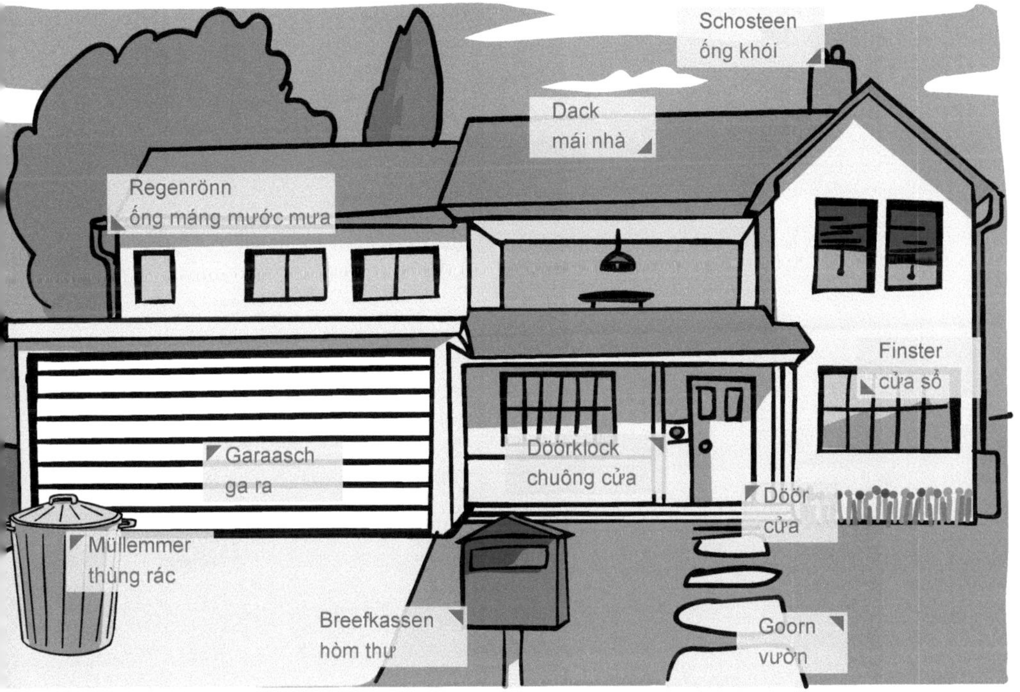

Schosteen
ống khói
Dack
mái nhà
Regenrönn
ống máng mước mưa
Finster
cửa sổ
Garaasch
ga ra
Döörklock
chuông cửa
Döör
cửa
Müllemmer
thùng rác
Breefkassen
hòm thư
Goorn
vườn

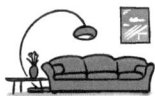

Wahnstuuv

phòng khách

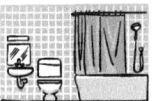

Baadstuuv

phòng tắm

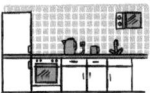

Köök

bếp

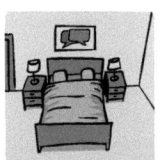

Slaapstuuv

phòng ngủ

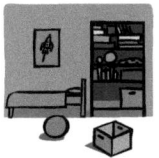

Kinnerstuuv

phòng trẻ em

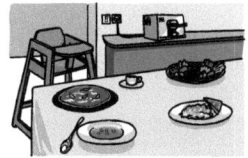

Eetstuuv

phòng ăn

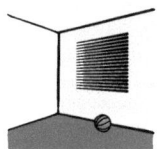

Footbodden

nền nhà

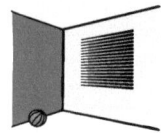

Wand

tường

Deek

trần nhà

Keller

tầng hầm

Hittluftbad

tắm hơi

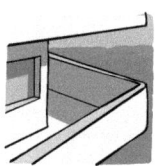

Balkon

ban công

Terrass

sân hiên

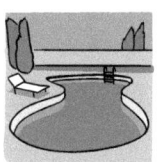

Swümmbad

bể bơi

Rasenmeiher

máy cắt cỏ

Bettbetog

khăn trải giường

Bettdeek

khăn trải giường

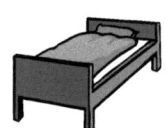

Puuch

giường

Bessen

chổi

Emmer

cái xô

Schalter

công tắc điện

Wahnstuuv
phòng khách

Tapeet
giấy dán tường
Bild
hình ảnh
Lamp
đèn
Regal
cái kệ
Schapp
tủ
Kiekkassen
ti vi
Kamin
lò sưởi
Bloom
bông hoa
Küssen
gối
Sofa
ghế sofa
Vaas
bình hoa
Feernbedenen
điều khiển từ xa

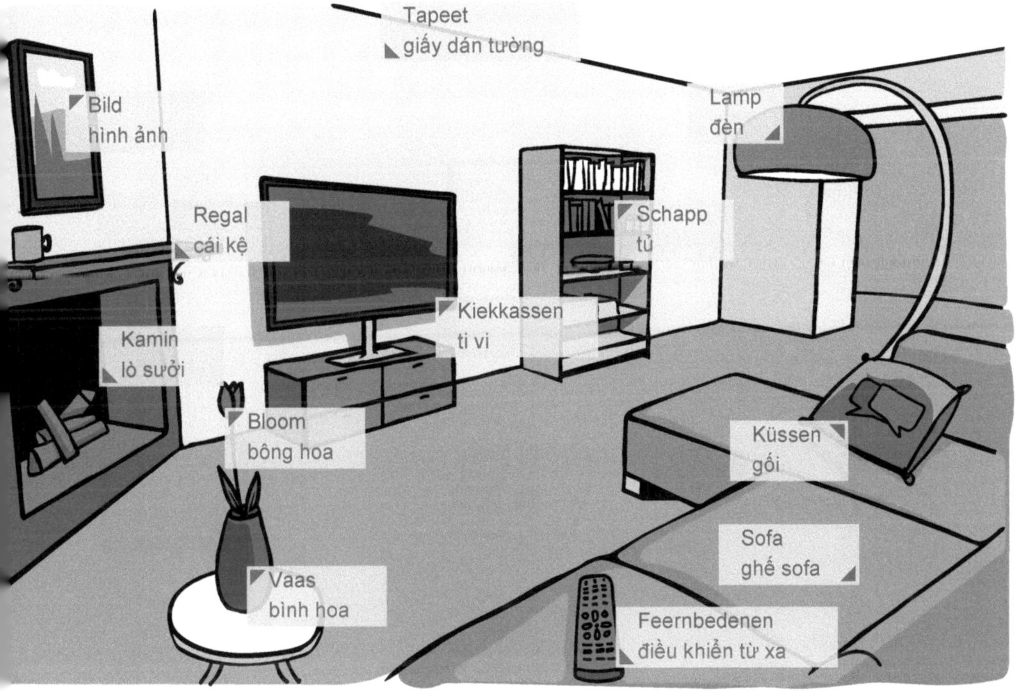

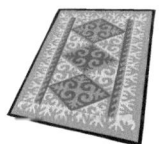

Teppich

thảm

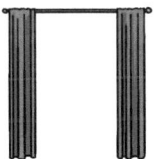

Vörhang

rèm

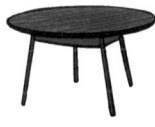

Disch

cái bàn

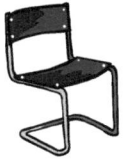

Stohl

ghế

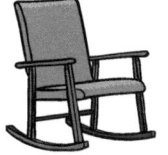

Schuckelstohl

ghế bập bênh

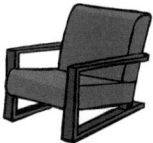

Sessel

ghế bành

Book

sách

Deek

cái chăn

Dekoratschoon

đồ trang trí

Füerholt

củi

Film

phim

Stereoanlaag

máy hi-fi

Slötel

chìa khóa

Narichtenblatt

báo

Gemälde

bức tranh

Poster

áp phích

Radio

radio

Opschrievblock

sổ ghi chép

Huulbessen

máy hút bụi

Kaktus

cây xương rồng

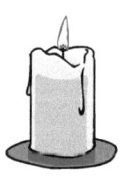

Kars

cây nến

Köök
bếp

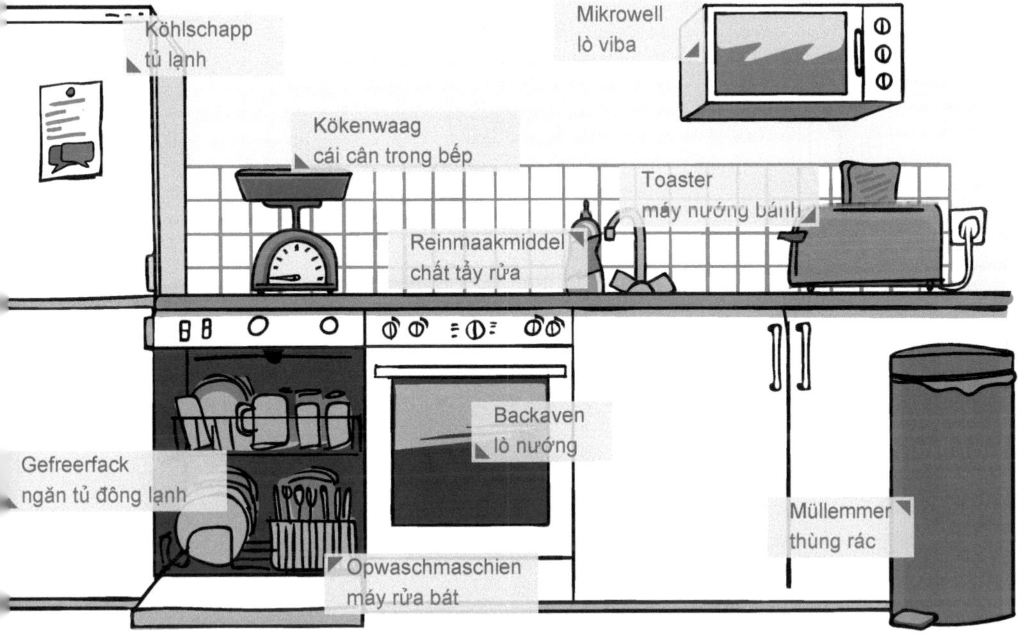
Köhlschapp
tủ lạnh
Mikrowell
lò viba
Kökenwaag
cái cân trong bếp
Toaster
máy nướng bánh
Reinmaakmiddel
chất tẩy rửa
Backaven
lò nướng
Gefreerfack
ngăn tủ đông lạnh
Müllemmer
thùng rác
Opwaschmaschien
máy rửa bát

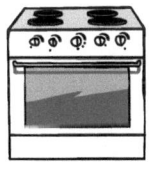

Heerd
lò nấu

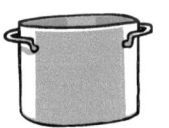

Pott
nồi

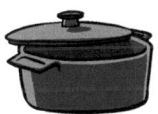

Gussiesern Putt
nồi sắt

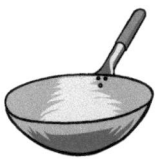

Wok / Kadai
chảo

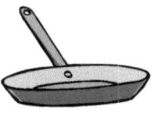

Pann
chảo

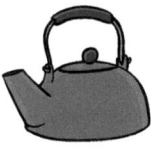

Waterkaker
ấm đun nước

Dampkaakputt

nồi đun hơi

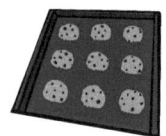

Backblick

khay lò nướng

Geschirr

bát đĩa

Beker

cốc

Schaal

cái bát

Eetsticken

đũa

Suppenkell

cái vá

Pannenwenner

bàn xẻng

Sneebessen

que đánh kem

Kaakseef

rây dùng trong bếp

Seef

cái rây lọc

Riev

cái nạo

Mörser

vữa

Grill

vỉ nướng

Füerstell

ngọn lửa trần

Sniedbrett

cái thớt

Nudelholt

trục cán bột

Proppentrecker

cái mở nút chai

Doos

vỏ đồ hộp

Dosenaapner

cái mở vỏ đồ hộp

Pottlappen

miếng nhấc nồi

Waschbecken

bồn rửa bát

Böst

bàn chải

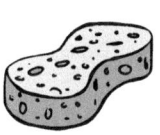

Swamm

miếng xốp

Mixer

máy xay

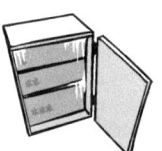

lesschapp

tủ đông lạnh

Nuckelbuddel

bình sữa cho trẻ sơ sinh

Waterhahn

vòi nước

Köök - bếp

Baadstuuv
phòng tắm

Heizung
lò sưởi
Handdook
khăn lau
Bruus
vòi hoa sen
Bruusvörhang
rèm che ngăn tắm
Schuumbad
tắm bọt
Baadwann
bồn tắm
Glas
cốc thủy tinh
Waschmaschien
máy giặt
Waterhahn
vòi nước
Fliesen
gạch lát
lütte Putt
cái bô
Waschbecken
bồn rửa bát

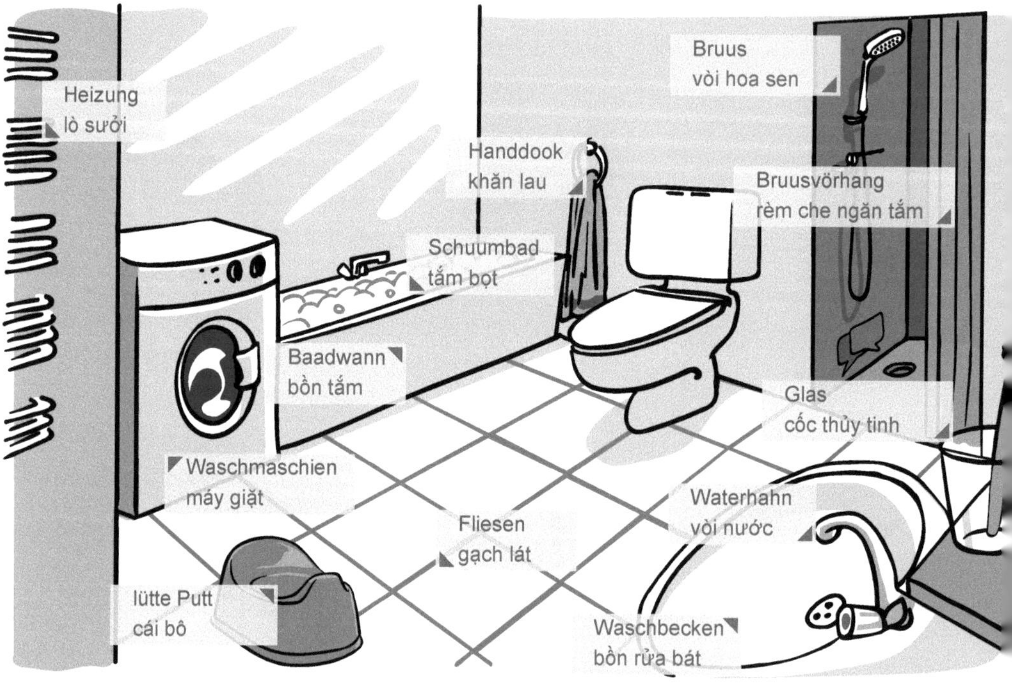

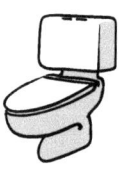

Tante Meier
bồn cầu

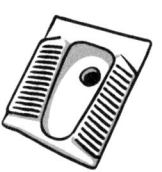

Hockklo
bồn cầu ngồi xổm

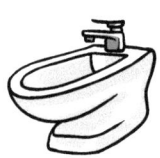

Bidet
bồn rửa hậu môn

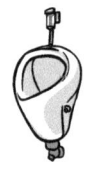

Miegbecken
bồn tiểu tiện

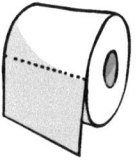

Klopapeer
giấy vệ sinh

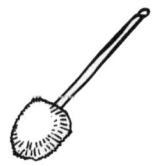

Kloböst
bàn chải cọ bồn cầu

Tähnböst

bàn chải đánh răng

Tähnpast

kem đánh răng

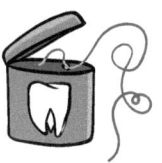

Tähnsied

chỉ nha khoa

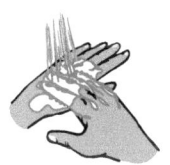

waschen

rửa

Handbruus

vòi sen cầm tay

Intimbruus

vòi rửa hậu môn

Waschschöttel

bồn rửa

Rüchböst

bàn chải cọ lưng

Seep

xà phòng

Bruusgeel

sữa tắm

Hoorwaschmiddel

dầu gội

Waschlappen

khăn cọ để tắm

Afloop

lỗ thoát nước

Creme

kem

Deodorant

chất khử mùi

Spegel

gương

Kosmetikspegel

gương tay

Raserer

dao cạo râu

Raseerschuum

kem cạo râu

Raseerwater

nước thơm dùng sau khi
cạo râu

Kamm

cái lược

Böst

bàn chải

Hoordröger

máy xấy tóc

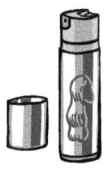

Hoorspray

keo xịt tóc

Smink

đồ trang điểm

Lippensticken

thỏi son môi

Nagellack

sơn bôi móng

Watt

bông

Nagelscheer

kéo cắt móng

Rüükwater

nước hoa

Kulturbüdel

túi đựng đồ tắm

Schemel

ghế đẩu

Waag

cái cân

Baadmantel

áo choàng tắm

Gummihanschen

găng tay làm vệ sinh

Tampon

nút gạc

Damenbinn

băng vệ sinh

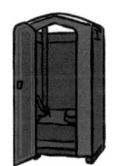

Chemieklo

nhà vệ sinh hóa chất

Kinnerstuuv
phòng trẻ em

Wecker
đồng hồ báo thức
Knudeldeert
thú bông
Speeltüüchauto
xe đồ chơi
Klöter
cái lúc lắc
Poppenhuus
nhà búp bê
Geschenk
món quà

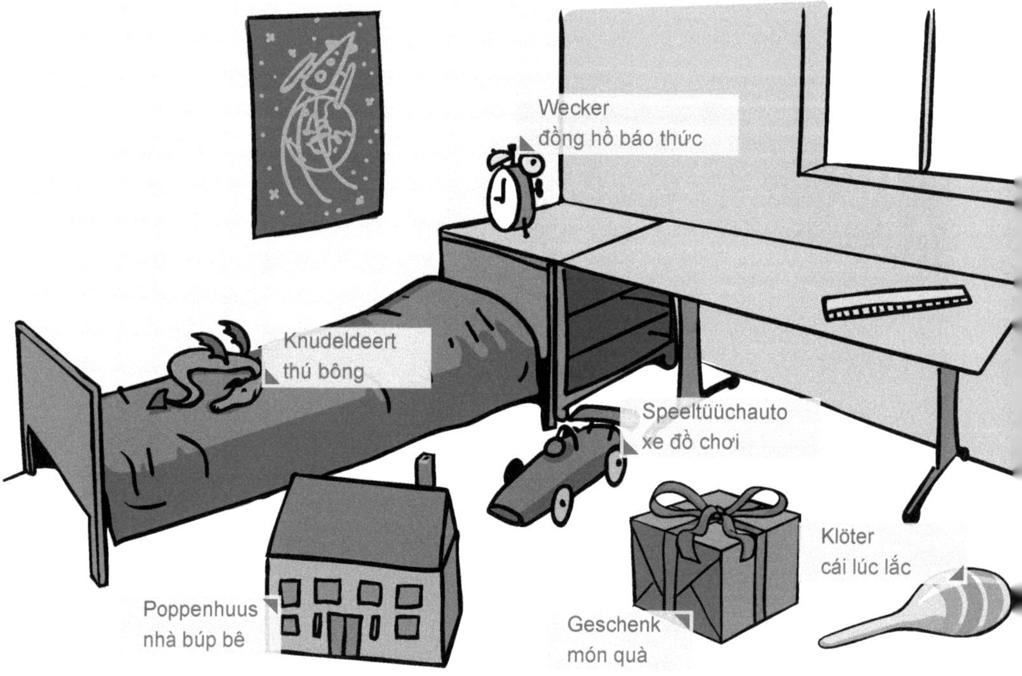

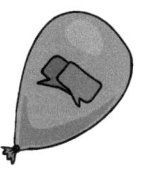

Luftballon

bong bóng

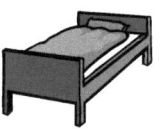

Puuch

giường

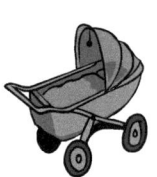

Kinnerwagen

xe nôi

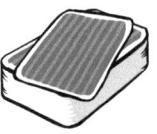

Koortenspeel

trò chơi bài

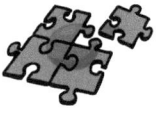

Puzzle

trò chơi ghép hình

SUPER
MEGA

Billergeschicht

truyện tranh

Legostenen

gạch Lego

Bustenen

khối xếp hình

Action-Figur

nhân vật hành động

Strampelantog

liền quần cho trẻ sơ sinh

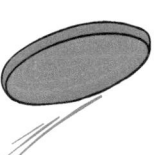

Frisbeeschiev

đĩa nhựa để ném

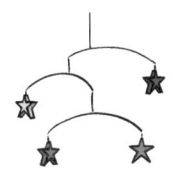

Mobile

đồ chơi treo trên giường

Brettspeel

trò chơi cờ bàn

Wörpel

xúc xắc

Modelliesenbahn

đồ chơi xe lửa mô hình

Snuller

ti giả

Party

buổi tiệc

Billerbook

sách tranh

Ball

quả bóng

Popp

búp bê

spelen

chơi

Sandkassen

hố cát

Schuckel

cái đu

Speeltüüch

đồ chơi

Speelkonsool

máy chơi game cầm tay

Dreerad

xe ba bánh

Teddyboor

gấu bông

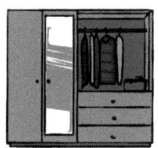

Klederschapp

tủ quần áo

Tüüch

y phục

Socken

bít tất

Strümp

bít tất dài

Strumpbüx

quần tất

Halsdook
khăn choàng cổ

Paraplü
ô che mưa

T-Shirt
áp phông

efreem
ày thắt lưng

Stevel
ủng

Puuschen
dép đi trong nhà

Turnschoh
giày sneaker

Sandalen

dép xăng đan

Schoh

giày

Gummistevel

ủng cao su

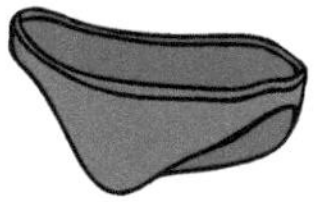

Ünnerbüx

quần lót

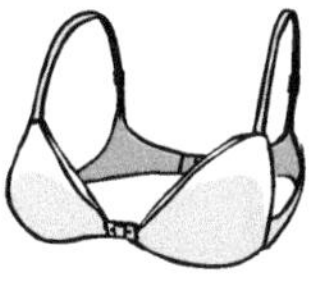

Bostholler

áo ngực

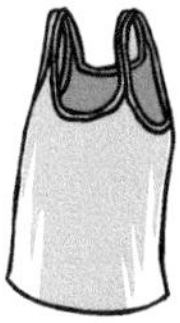

Ünnerhemd

áo vest

Lief

áo ôm sát cơ thể

Büx

quần dài

Jeansnüx

quần bò

Rock

váy

Bluus

áo cánh

Hemd

áo sơ mi

Pullover

áo len chui đầu

Kapuzenpullover

áo len

Blazer

áo blazer

Jack

áo jacket

Mantel

áo khoác

Övertrecker

áo mưa

Kostüm

trang phục

Kleed

áo váy

Hochtietskleed

áo cưới

Antog

bộ com lê

Nachtkleed

áo ngủ

Slaapantog

pijama

Sari

trang phục sari

Koppdook

khăn trùm đầu

Turban

khăn đội đầu

Burka

áo burka

Kaftan

áo captan

Abaya

áo aba

Baadantog

quần áo bơi

Baadbüx

quần bơi

Korte Büx

quần đùi

Antog to'n Öven

quần áo tracksuit

Schört

tạp dề

Handschoh

găng tay

Knopp

cái cúc

Brill

kính mắt

Armband

vòng đeo tay

Halskeed

vòng cổ

Ring

nhẫn

Ohrbummel

hoa tai

Mütz

mũ lưỡi trai

Klederbögel

cái mắc treo áo quần

Hoot

mũ

Binner

cà vạt

Rietslüter

dây kéo phéc mơ tuya

Helm

mũ bảo hiểm

Drachtband

dây đeo quần

Schooluniform

đồng phục học sinh

Uniform

đồng phục

Severböten

yếm trẻ em

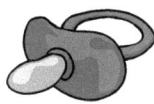

Snuller

ti giả

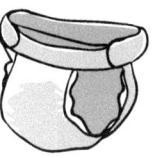

Winnel

tã lót

Büro
văn phòng

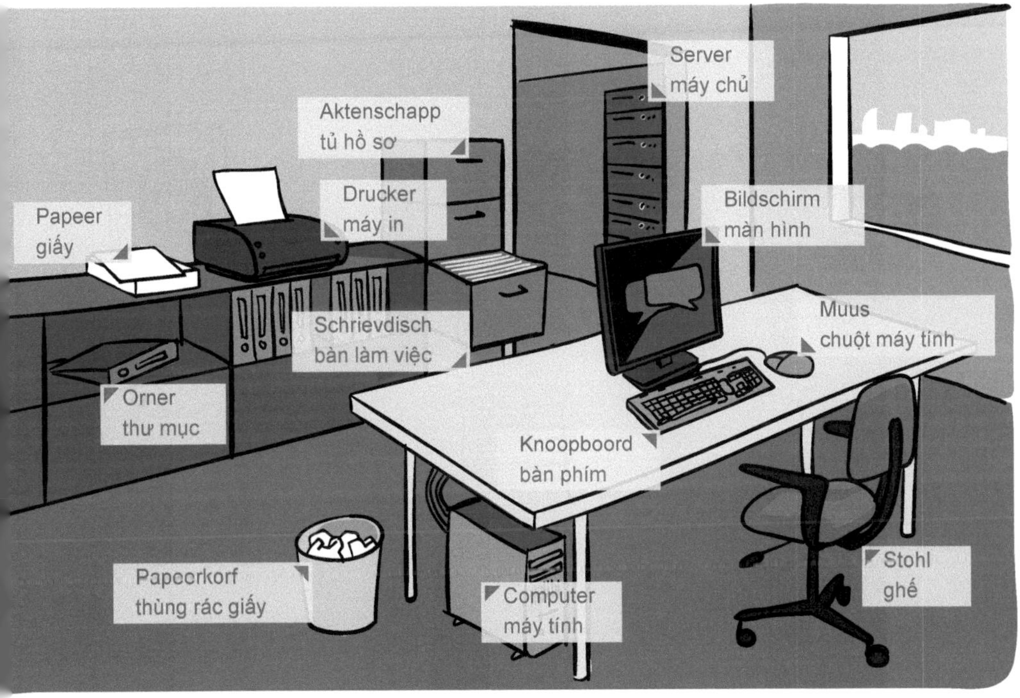

Server
máy chủ

Aktenschapp
tủ hồ sơ

Drucker
máy in

Papeer
giấy

Bildschirm
màn hình

Schrievdisch
bàn làm việc

Muus
chuột máy tính

Orner
thư mục

Knoopboord
bàn phím

Papeerkorf
thùng rác giấy

Stohl
ghế

Computer
máy tính

Koffiebeker

cốc cà phê

Taschenreekner

máy tính bỏ túi

Internet

internet

Klappreekner

laptop

Breef

thư

Naricht

tin nhắn

Ackersnacker

điện thoại di động

Nettwark

mạng

Kopeerapparat

máy photocopy

Software

phần mềm

Klöönkassen

điện thoại

Steekdoos

ổ cắm điện

Faxapparat

máy fax

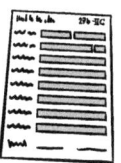

Formulor

mẫu đơn

Dokument

chứng từ

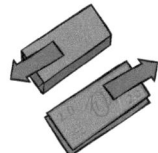

köpen

mua

betahlen

trả tiền

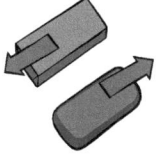

hanneln

buôn bán

Geld

tiền

Dollar

đô la

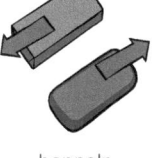

Euro

Euro

Yen

yên

Ruvel

rúp

Swiezer Franken

franc Thụy Sĩ

Renminbi Yuan

nhân dân tệ

Rupie

rupi

Geldautomat

máy rút tiền tự động

Wesselstuuv

quầy đổi tiền

Gold

vàng

Sülver

bạc

Ööl

dầu

Energie

năng lượng

Pries

giá tiền

Verdrag

hợp đồng

Stüer

thuế

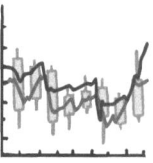

Andeelschien

cổ phiếu

arbeiden

làm việc

Anstellte

nhân viên

Arbeitgever

chủ lao động

Fabrik

nhà máy

Hökerie

cửa hiệu

Profeschonen
nghề nghiệp

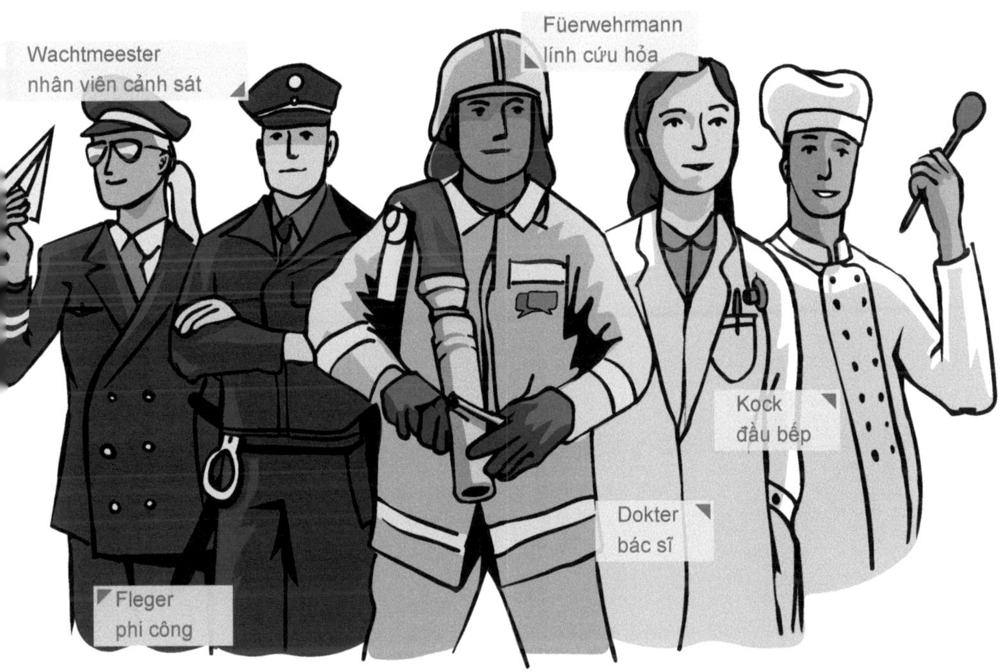

Füerwehrmann
lính cứu hỏa
Wachtmeester
nhân viên cảnh sát
Kock
đầu bếp
Dokter
bác sĩ
Fleger
phi công

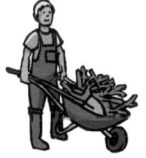

Goorner

người làm vườn

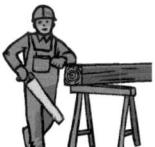

Discher

thợ mộc

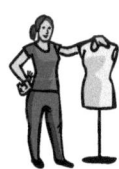

Neihersche

thợ may

Richter

chánh án

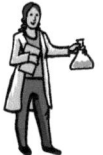

Chemiker

nhà hóa học

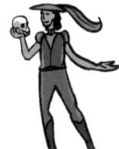

Schauspeler

diễn viên

Busfohrer

tài xế xe buýt

Taxifohrer

người lái taxi

Fischer

ngư dân

Reinmaakfru

người lau dọn vệ sinh

Dackdecker

thợ lợp mái nhà

Kellner

bồi bàn

Jäger

thợ săn

Maler

họa sĩ

Bäcker

thợ làm bánh

Elektriker

thợ điện

Buarbeider

thợ xây dựng

Ingenieur

kỹ sư

Slachter

người hàng thịt

Klempner

thợ sửa ống nước

Postbüdel

người đưa thư

Suldat

người lính

Architekt

kiến trúc sư

Kasserer

nhân viên thu ngân

Florist

người bán hoa

Putzbüdel

thợ cắt tóc

Schaffner

nhân viên soát vé

Mechaniker

thợ cơ khí

Kaptein

thuyền trưởng

Tähndokter

nha sĩ

Wetenschopler

nhà khoa học

Rabbi

giáo sĩ Do thái

Imam

lãnh tụ Hồi giáo

Mönk

nhà sư

Paap

mục sư

Warktüüch
dụng cụ

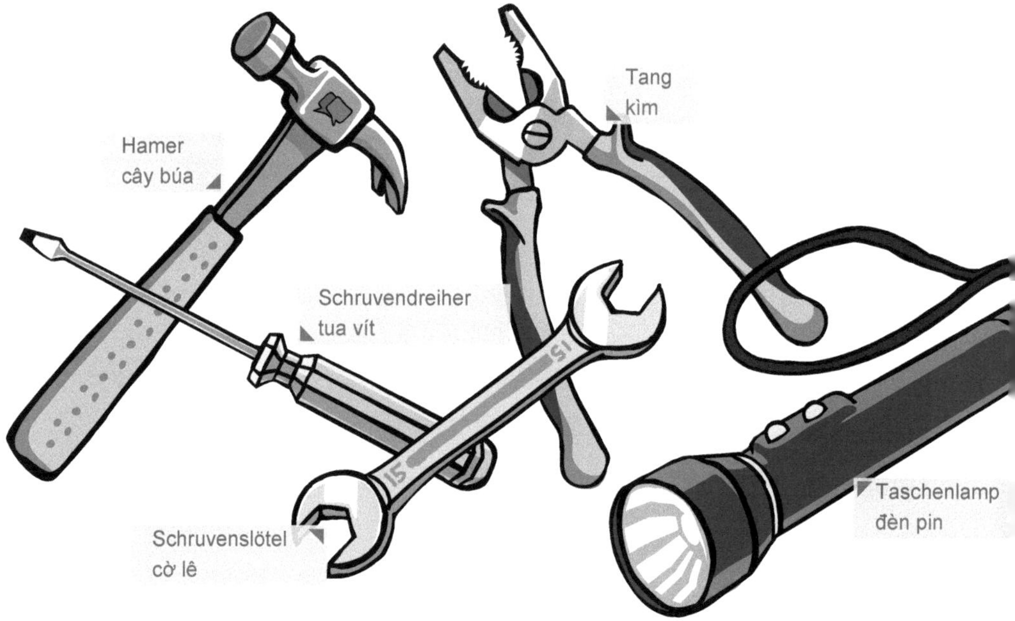
Hamer
cây búa
Tang
kìm
Schruvendreiher
tua vít
Schruvenslötel
cờ lê
Taschenlamp
đèn pin

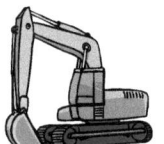

Grieper
máy xúc đất

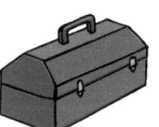

Warktüüchkassen
hộp dụng cụ

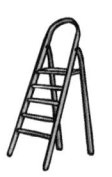

Ledder
cái thang

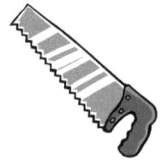

Saag
cưa

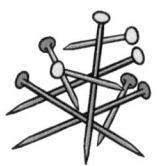

Nagels
đinh

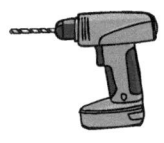

Bohrer
máy khoan

heelmaken

sửa chữa

Schüffel

cái xẻng

Schiet!

khốn nạn!

Kehrblick

cái hót rác

Farvpott

thùng sơn

Schruven

vít

Musikinstrumenten
nhạc cụ

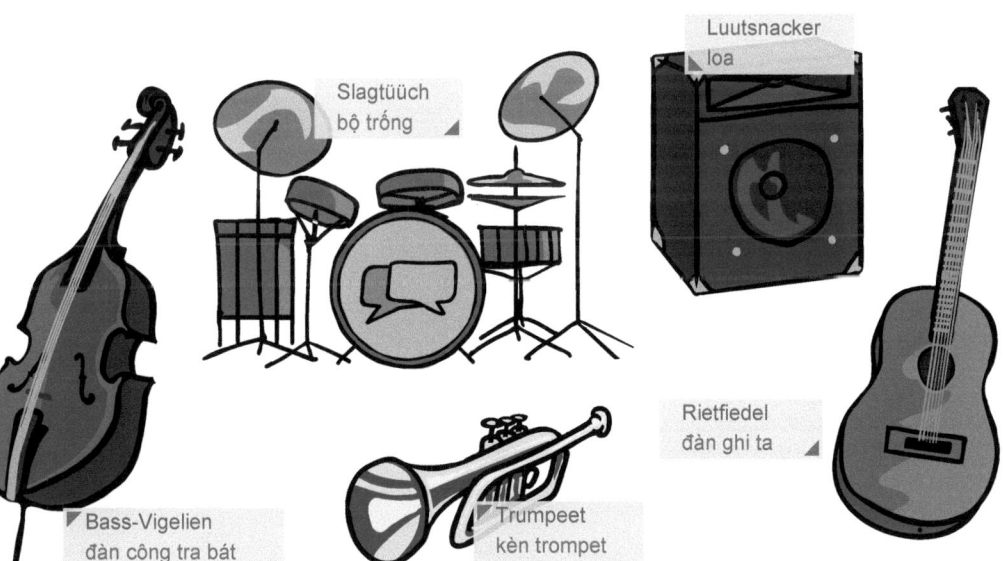

Luutsnacker
loa

Slagtüüch
bộ trống

Rietfiedel
đàn ghi ta

Bass-Vigelien
đàn công tra bát

Trumpeet
kèn trompet

Klaveer

đàn piano

Vigelien

đàn vĩ cầm

Bass

ghi ta bass

Pauk

trống định âm

Trummeln

trống

Keyboard

đàn organ

Saxophon

kèn Saxophone

Fleut

sáo

Mikrofoon

micro

Ingang
lối vào

Tiger
con cọp

Käfig
lồng

Zebra
ngựa vằn

Deertenfoder
thức ăn gia súc

Panda-Boor
gấu trúc

Deerten

động vật

Elefant

con voi

Känguru

chuột túi

Neeshoorn

tê giác

Gorilla

khỉ đột

Boor

con gấu

Kameel

lạc đà

Struuß

đà điểu

Lööv

sư tử

Aap

con khỉ

Flamingo

hồng hạc

Papagoi

con vẹt

Iesboor

gấu bắc cực

Pinguin

chim cánh cụt

Haifisch

cá mập

Pageluun

con công

Slang

con rắn

Krokodil

cá sấu

Oppasser in'n Deertenpark

người trông giữ vườn bách
thú

Saalhund

hải cẩu

Jaguor

báo đốm

Pony

ngựa lùn

Leopard

con báo

Nilpeerd

hà mã

Giraff

hươu cao cổ

Aadler

đại bàng

Wildswien

heo rừng

Fisch

cá

Schildkrööt

con rùa

Walross

hải mã

Voss

con cáo

Gazell

linh dương

Amerikaansch Football
bóng bầu dục Mỹ

Radfohren
đua xe đạp

Tennis
quần vợt

Korfball
bóng rỗ

Swümmen
bơi

Ieshockey
khúc côn cầu trên băng

Boxen
đấm bốc

Football
bóng đá

Fedderball
cầu lông

Leichtathletik
điền kinh

Handball
bóng ném

Skilopen
trượt tuyết

Polo
polo

Aktivitäten
các hoạt động

springen
nhảy
ümarmen
ôm
lachen
cười
gahn
đi bộ
singen
ca hát
drömen
mơ
beden
cầu nguyện
snuteln
hôn

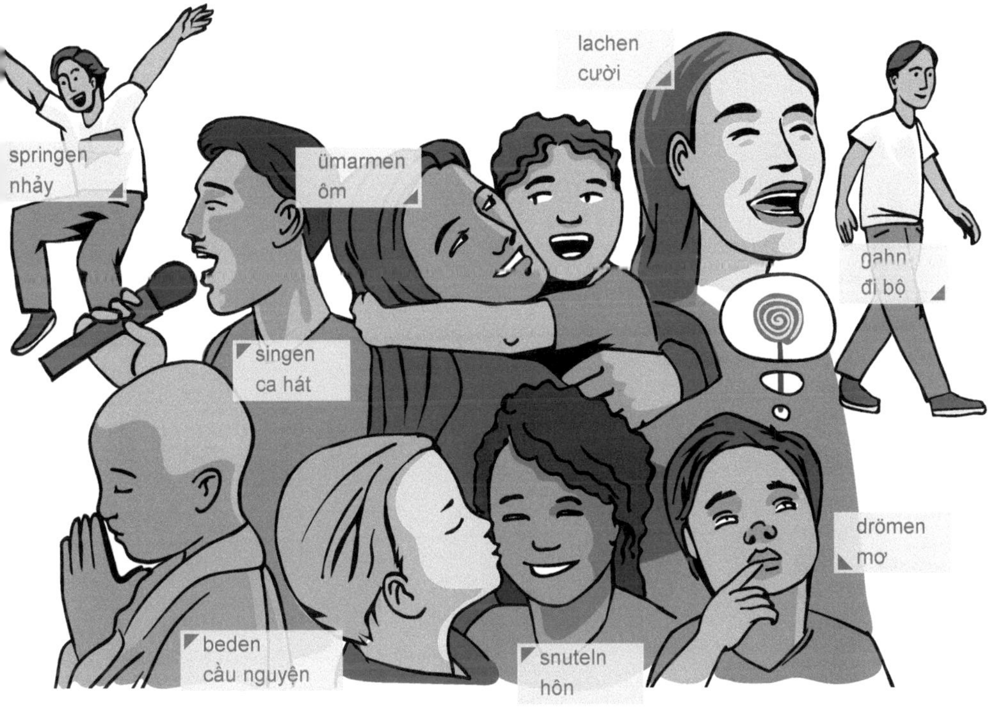

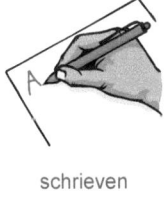

schrieven

viết

teken

vẽ

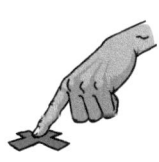

wiesen

chỉ trỏ

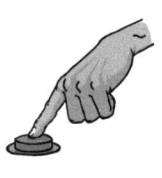

drücken

đẩy

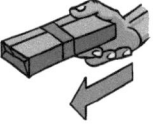

geven

cho

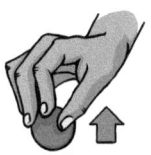

nehmen

lấy đi

hebben
có

doon
làm

sien
thì / là

stahn
đứng

lopen
chạy

trecken
kéo

smieten
ném

fallen
rơi

liggen
nằm

töven
chờ đợi

dregen
mang vác

sitten
ngồi

antrecken
mặc quần áo

slapen
ngủ

opwaken
thức dậy

ankieken

xem

wenen

khóc

eien

vuốt ve

kämmen

chải

snacken

nói chuyện

verstahn

hiểu

fragen

câu hỏi

hören

nghe

drinken

uống

eten

ăn

oprümen

dọn dẹp

leefhebben

yêu

kaken

nấu nướng

fohren

lái xe

flegen

bay

segeln

đi thuyền buồm

reken

tính toán

lesen

đọc

lehren

học

arbeiden

làm việc

de Plünnen tohoopsmieten

cưới

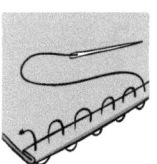

neihen

khâu vá

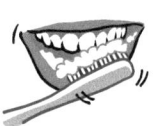

Tähnen putzen

đánh răng

dootmaken

giết

smöken

hút thuốc

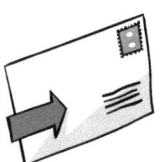

schicken

gửi đi

Familje
gia đình

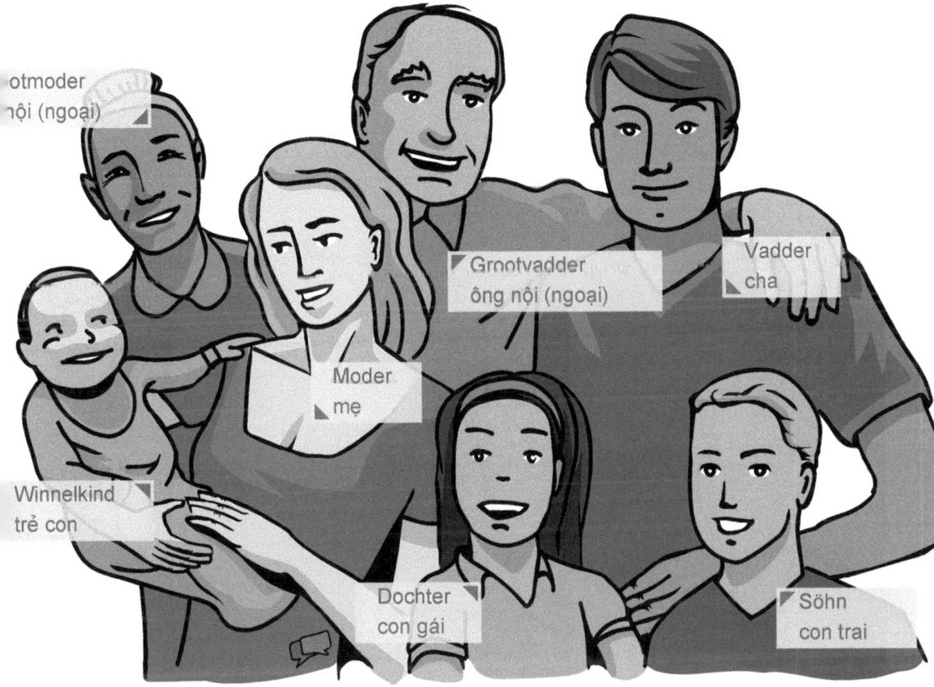

otmoder
ội (ngoại)
Grootvadder
ông nội (ngoại)
Vadder
cha
Moder
mẹ
Winnelkind
trẻ con
Dochter
con gái
Söhn
con trai

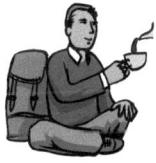

Gast

khách

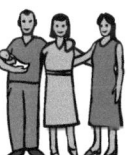

Tant

cô (dì)

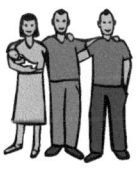

Unkel

chú, bác (cậu)

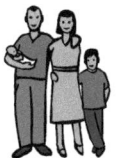

Broder

anh (em) trai

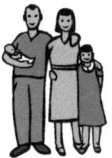

Süster

chị (em) gái

Lief
cơ thể

Vörkopp
trán
Oog
mắt
Schuller
vai
Finger
ngón tay
Gesicht
mặt
Kinn
cằm
Hand
bàn tay
Been
chân
Bost
ngực
Arm
cánh tay

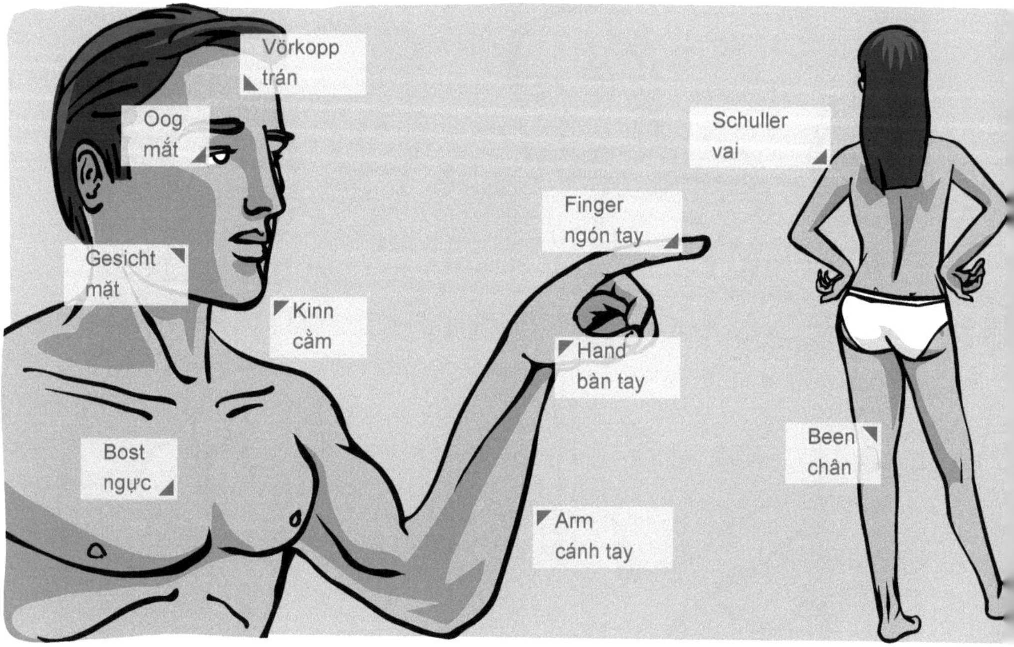

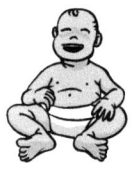

Winnelkind

trẻ con

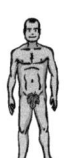

Mann

đàn ông

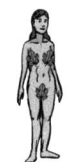

Fro

phụ nữ

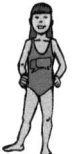

Deern

bé gái

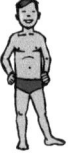

Jung

bé trai

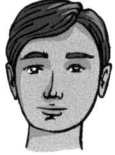

Arm

đầu

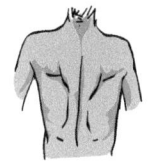

Rüch
lưng

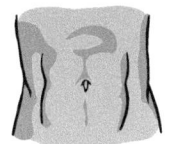

Buuk
bụng

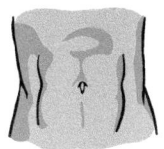

Navel
rốn

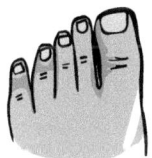

Teh
ngón chân

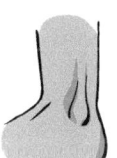

Hack
gót chân

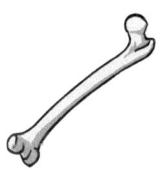

Knaken
xương

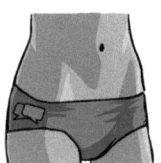

Hüft
hông

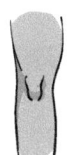

Knee
đầu gối

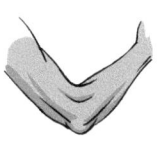

Ellbagen
khuỷu tay

Nees
mũi

Achtersen
mông

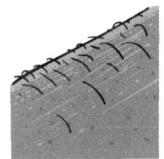

Huut
da

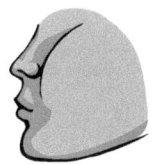

Back
má

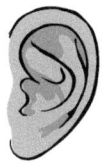

Ohr
tai

Lipp
môi

Mund

miệng

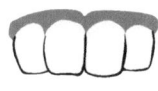

Tähn

răng

Tung

lưỡi

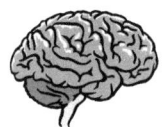

Bregen

não

Hart

tim

Muskel

cơ bắp

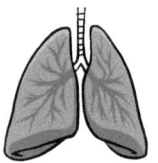

Lung

phổi

Lever

gan

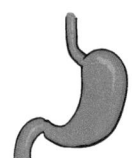

Maag

dạ dày

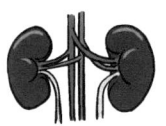

Neren

thận

Bislaap

giao hợp

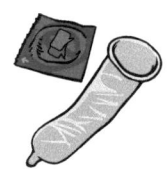

Kondoom

bao cao su

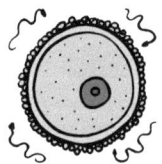

Eizell

noãn

Sperma

tinh dịch

Anner Ümstänn

mang thai

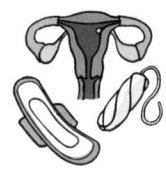

Menstruatschoon

kinh nguyệt

Scheed

âm vật

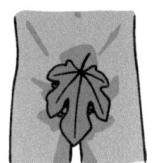

Pint

dương vật

Ogenbroe

lông mày

Hoor

tóc

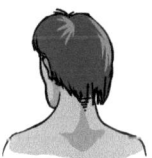

Hals

cổ

Krankenhuus

bệnh viện

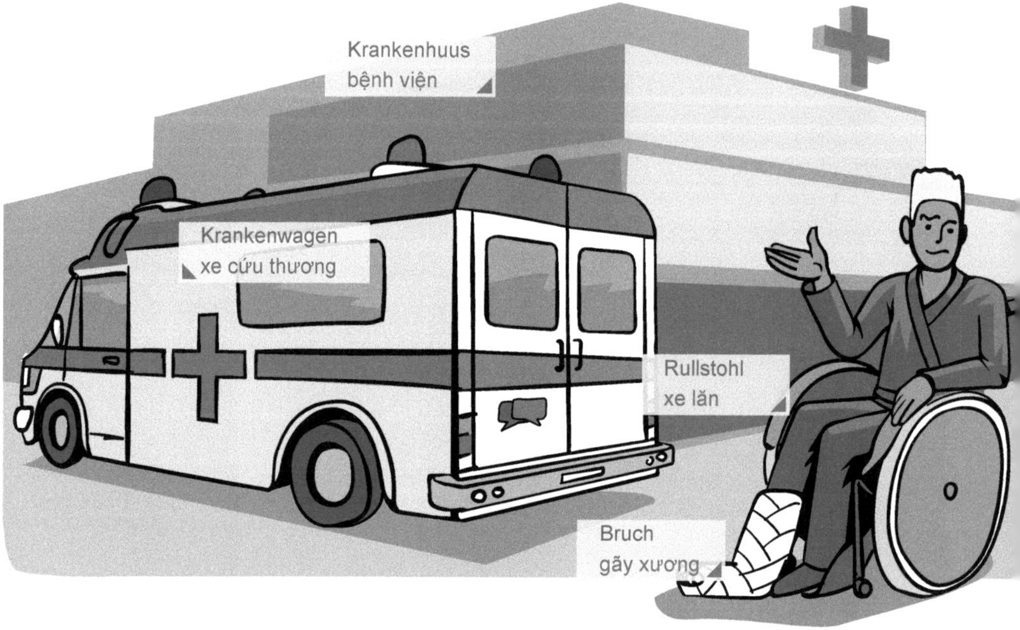

Krankenhuus
bệnh viện
Krankenwagen
xe cứu thương
Rullstohl
xe lăn
Bruch
gãy xương

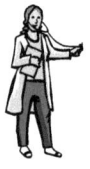

Dokter

bác sĩ

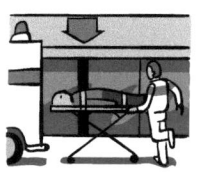

Nootopnahm

phòng cấp cứu

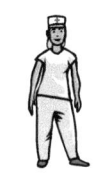

Krankensüster

y tá

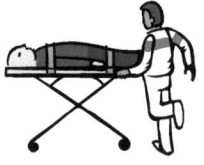

Nootfall

cấp cứu

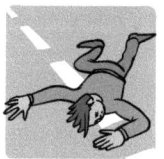

ahnmächtig

bất tỉnh

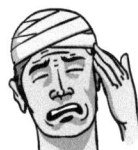

Wehdaag

cơn đau

Verwunnen

bị thương

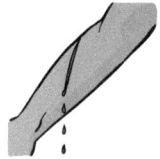

Blöden

chảy máu

Hartinfarkt

nhồi máu cơ tim

Slaganfall

đột quỵ

Allergie

dị ứng

Hoosten

ho

Fever

sốt

Gripp

cúm

Dörchfall

tiêu chảy

Koppwehdaag

đau đầu

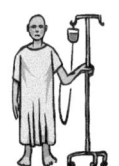

Kreeft

ung thư

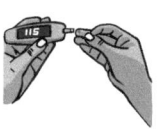

Zuckersüük

bệnh tiểu đường

Chirurg

bác sĩ phẫu thuật

Chirurgsch Mess

dao mổ

Operatschoon

giải phẫu

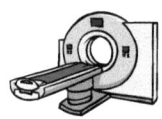

CT

chụp cắt lớp

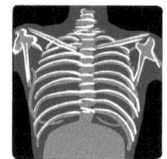

Dörchlüchten

chụp x-quang

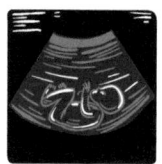

Ultraschall

siêu âm

Mask

mặt nạ

Krankheit

bệnh

Töövruum

phòng đợi

Krück

cái nạng

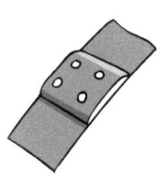

Plaaster

băng dán vết thương

Verband

băng bó

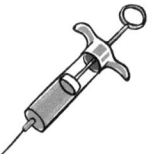

Insprütten

tiêm thuốc

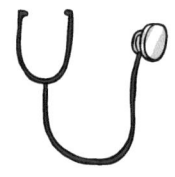

Stethoskop

ống nghe khám bệnh

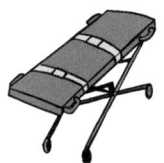

Draag

băng ca

Feverthermometer

nhiệt kế

Geboort

sinh đẻ

Övergewicht

thừa cân

Höörapparat

máy trợ thính

Kiemfriemiddel

chất khử trùng

Ansteken

nhiễm trùng

Virus

vi rút

HIV / AIDS

HIV / AIDS

Heelmiddel

thuốc

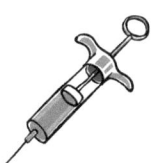

Impen

tiêm chủng

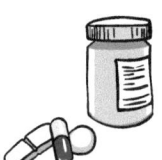

Tabletten

thuốc viên

Pill

viên thuốc

Nootroop

gọi cấp cứu

Blootdruck-Meter

máy đo huyết áp

krank / gesund

bệnh / khỏe mạnh

Hölp!

cứu!

Alarm

báo động

Överfall

cuộc đột kích

Angreep

sự tấn công

Gefohr

mối nguy hiểm

Nootutgang

lối thoát hiểm

Füer!

cháy!

Füerlöscher

bình chữa cháy

Unfall

tai nạn

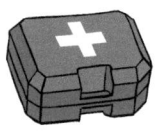

Noothölpkoffer

bộ dụng cụ sơ cứu

SOS

SOS

Polizei

cảnh sát

Europa

châu Âu

Noordamerika

Bắc Mỹ

Süüdamerika

Nam Mỹ

Afrika

châu Phi

Asien

châu Á

Australien

châu Úc

Atlantik

Đại Tây Dương

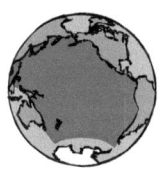

Pazifik

Thái Bình Dương

Indisch Weltmeer

Ấn Độ Dương

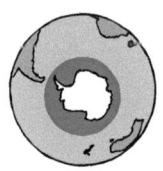

Antarktisch Weltmeer

Nam Cực Dương

Arktisch Weltmeer

Bắc Băng Dương

Noordpol

bắc cực

Süüdpol

nam cực

Antarktis

nam cực

Eerd

trái đất

Land

đất liền

See

biển

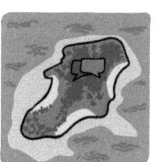

Eiland

đảo

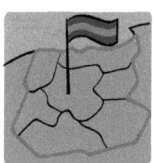

Natschoon

quốc gia

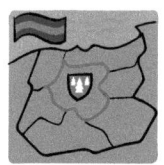

Staat

nhà nước

Tallenblatt

mặt đồng hồ

Stunnenwieser

kim chỉ giờ

Minutenwieser

kim chỉ phút

Sekunnenwieser

kim chỉ giây

Wo laat is dat?

Bây giờ là mấy giờ?

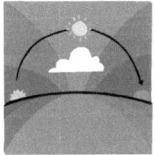

Dag

ngày

Tiet

thời gian

nu

bây giờ

digetaalsch Klock

đồng hồ điện tử

Minuut

phút

Stunn

giờ

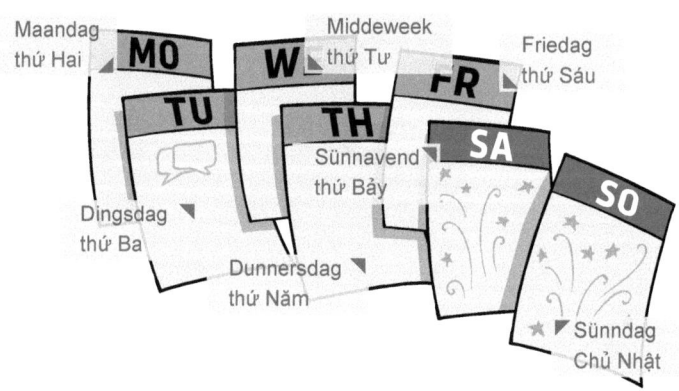

Maandag
thứ Hai

Middeweek
thứ Tư

Friedag
thứ Sáu

Dingsdag
thứ Ba

Dunnersdag
thứ Năm

Sünnavend
thứ Bảy

Sünndag
Chủ Nhật

güstern
hôm qua

hüüt
hôm nay

morgen
ngày mai

Morgen
buổi sáng

Meddag
buổi trưa

Avend
buổi tối

<table>
<tr><td>MO</td><td>TU</td><td>WE</td><td>TH</td><td>FR</td><td>SA</td><td>SU</td></tr>
<tr><td>1</td><td>2</td><td>3</td><td>4</td><td>5</td><td>6</td><td>7</td></tr>
<tr><td>8</td><td>9</td><td>10</td><td>11</td><td>12</td><td>13</td><td>14</td></tr>
<tr><td>15</td><td>16</td><td>17</td><td>18</td><td>19</td><td>20</td><td>21</td></tr>
<tr><td>22</td><td>23</td><td>24</td><td>25</td><td>26</td><td>27</td><td>28</td></tr>
<tr><td>29</td><td>30</td><td>31</td><td>1</td><td>2</td><td>3</td><td>4</td></tr>
</table>

Arbeitsdaag
ngày làm việc

Wekenenn
cuối tuần

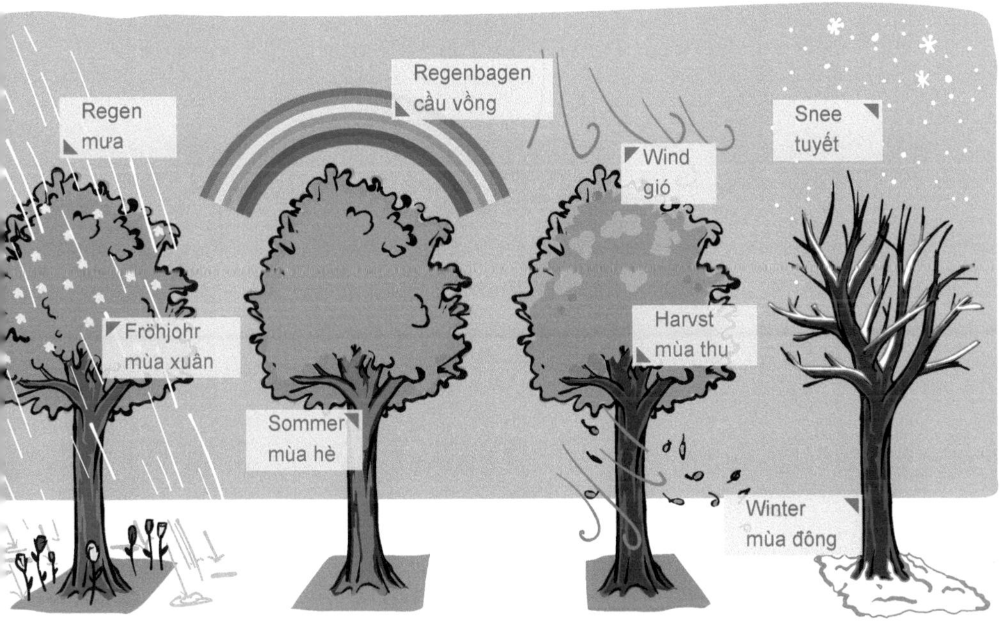

Regen
mưa
Regenbagen
cầu vồng
Snee
tuyết
Wind
gió
Fröhjohr
mùa xuân
Harvst
mùa thu
Sommer
mùa hè
Winter
mùa đông

4.APRIL 11°
5.APRIL 4°
6.APRIL 13°
7.APRIL 8°
8.APRIL 10°

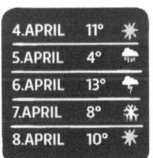

Wedervörhersaag

dự báo thời tiết

F
C
120
90
60
30
0
-30
40
30
20
10
0
-10
-20

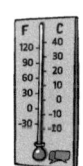

Thermometer

nhiệt kế

Sünnenschien

ánh nắng

Wulk

mây

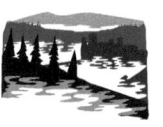

Nevel

sương mù

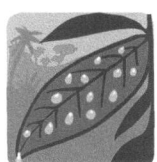

Luftfuchtigkeit

độ ẩm không khí

Blitz

tia chớp

Dunner

sấm sét

Storm

cơn bão

Hagel

mưa đá

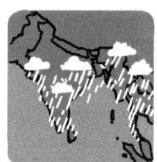

Monsun

gió mùa

Floot

lũ lụt

Ies

nước đá

Januormaand

tháng Một

Februormaand

tháng Hai

Martmaand

tháng Ba

Aprilmaand

tháng Tư

Maimaand

tháng Năm

Junimaand

tháng Sáu

Julimaand

tháng Bảy

Augustmaand

tháng Tám

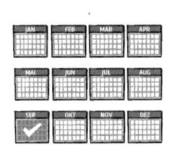 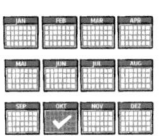 

Septembermaand

tháng Chín

Oktobermaand

tháng Mười

Novembermaand

tháng Mười Một

Dezembermaand

tháng Mười Hai

Formen
hình dạng

Krink

hình tròn

Quadrat

hình vuông

Rechteck

hình chữ nhật

Dreeeck

hình tam giác

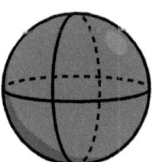

Kugel

hình cầu

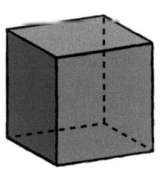

Wörpel

khối vuông

witt

màu trắng

geel

màu vàng

orangsch

màu cam

pink

màu hồng

root

màu đỏ

lila

màu tím

blau

màu xanh dương

gröön

màu xanh lá cây

bruun

màu nâu

gries

màu xám

swart

màu đen

veel / wenig

nhiều / ít

böös / verdreeglich

tức tối / điềm tĩnh

smuck / mies

xinh đẹp / xấu xí

Begünn / Enn

bắt đầu / kết thúc

groot / lütt

to / nhỏ

hell / düüster

sáng / tối

Broder / Süster

ɪh (em) trai / chị (em) gái

schier / schietig

sạch / bẩn

kumpleet / nich kumpleet

đủ / thiếu

Dag / Nacht

ngày / đêm

doot / lebennig

chết / sống

breet / small

rộng / chật hẹp

geneetbor / nich geneetbor

ăn được / không ăn được

böös / fründlich

ác / tử tế

fickerig / langwielt

hào hứng / chán nản

dick / dünn

béo / gầy

toeerst / toletzt

đầu tiên / cuối cùng

Fründ / Fiend

bạn / thù

vull / leddig

đầy / rỗng

hart / week

cứng / mềm

swoor / licht

nặng / nhẹ

Smacht / Döst

đói / khát

krank / gesund

bệnh / khỏe mạnh

nich na't Recht / na't Recht

bất hợp pháp / hợp pháp

klook / dummerhaftig

thông minh / ngu

linkerhand / rechterhand

trái / phải

neeg / feern

gần / xa

nieg / bruukt
mới / cũ

nix / wat
không có gì cả / có cái gì đó

oolt / jung
già / trẻ

an / ut
bật / tắc

apen / slaten
mở / đóng

lies / luut
im lặng / ồn ào

riek / arm
giàu / nghèo

richtig / verkehrt
đúng / sai

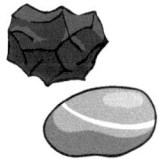

ruug / glatt
sần sùi / mịn màng

trurig / glücklich
buồn / vui

kort / lang
ngắn / dài

suutje / flink
chậm / nhanh

natt / dröög
ẩm ướt / khô ráo

warm / köhl
ấm áp / mát mẻ

Krieg / Freden
chiến tranh / hòa bình

0	**1**	**2**
null	een	twee
số không	một	hai

3	**4**	**5**
dree	veer	fief
ba	bốn	năm

6	**7**	**8**
söss	söven	acht
sáu	bảy	tám

9	**10**	**11**
negen	teihn	ölven
chín	mười	mười một

12
twölf
mười hai

13
dörteihn
mười ba

14
veerteihn
mười bốn

15
föffteihn
mười lăm

16
sössteihn
mười sáu

17
söventeihn
mười bảy

18
achtteihn
mười tám

19
negenteihn
mười chín

20
twintig
hai mươi

100
hunnert
một trăm

1.000
dusend
một ngàn

1.000.000
million
một triệu

Spraken
các ngôn ngữ

Engelsch

tiếng Anh

Amerikaansch Engelsch

tiếng Anh Mỹ

Chineesch Mandarin

tiếng Quan Thoại

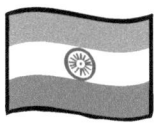

Hindi

tiếng Hin-di

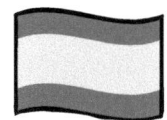

Spaansch

tiếng Tây Ban Nha

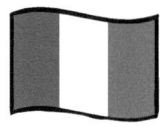

Franzöösch

tiếng Pháp

Araabsch

tiếng Ả-rập

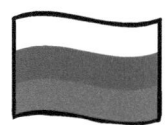

Rusch

tiếng Nga

Portugiesch

tiếng Bồ Đào Nha

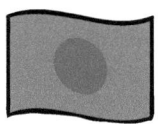

Bengaalsch

tiếng Bengal

Düütsch

tiếng Đức

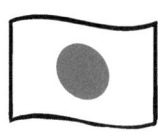

Japaansch

tiếng Nhật

ik

tôi

du

bạn

he / se / dat

anh ta / cô ta / nó

wi

chúng tôi

ji

các bạn

se

họ

keen?

ai?

wat?

cái gì?

woans?

như thế nào?

woneem?

ở đâu?

wannehr?

lúc nào?

Naam

tên

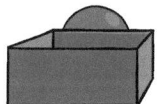

achter

phía sau

in

ở trong

vör

phía trước

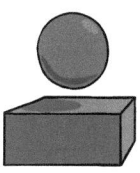

över

phía trên

op

ở trên

ünner

ở dưới

blangen

bên cạnh

twüschen

ở giữa

Oort

chỗ